रणरागिणी

दुर्गाराणी

रा.वा. शेवडे गुरुजी

मेहता पब्लिशिंग हाऊस

Please contact us at **Mehta Publishing House Pvt. Ltd., Pune.**

Email : production@mehtapublishinghouse.com

Website:**www.mehtapublishinghouse.com**

- **RANARAGINI DURGARANI** by R.V. Shevade Guruji

- **रणरागिणी दुर्गाराणी** / कुमार साहित्य
  रा.वा. शेवडे गुरुजी

- संस्थापक : सुनील अनिल मेहता

- प्रकाशक : मेहता पब्लिशिंग हाऊस प्रा. लि.,
  १९४१ सदाशिव पेठ, माडीवाले कॉलनी, पुणे – ४११०३०.
  E-mail : production@mehtapublishinghouse.com
  Website : www.mehtapublishinguhose.com

- मुद्रक
  श्री मुद्रा

- प्रकाशनकाल - सप्टेंबर, २०१७ / पुनर्मुद्रण : जानेवारी, २०२६

- मुखपृष्ठ व आतील चित्रे
  देविदास पेशवे

- किंमत : ₹ १५०

- P Book ISBN 9789386745491

शिष्यात् इच्छेत पराजयम्

राजकीय आणि सामाजिक क्षेत्रातील

माझे कर्तबगार विद्यार्थी

खासदार उदयसिंगराव गायकवाड,

माजी महापौर नानासाहेब यादव,

माननीय बाळासाहेब पाटील, कौलवकर

आमदार लालासाहेब यादव

आणि

माजी नगराध्यक्ष पोपटराव जगदाळे

यांना आशीर्वादपूर्वक

मध्यप्रदेशाच्या घनदाट जंगलात शतकानुशतके भिल्ल लोक वस्ती करीत आले आहेत. पश्चिमेकडील गुजराथी आणि उत्तरेकडील राजपूत यांच्याप्रमाणे आपलेही स्वतंत्र राज्य असावे, अशी जाणीव भिल्लांत निर्माण झाली होती.

या भिल्लांमध्ये गोंड नावाची टोळी आपल्या पराक्रमाबद्दल, साहसाबद्दल प्रसिद्ध होती. शेजारचे राजपूत अन्य भिल्लांना जिंकून लूट घेऊन परत जात, तर काही बऱ्यापैकी प्रदेश पाहून तेथेच वस्ती करीत.

बुंदेलखंडाचे राजपुती राज्य असेच तयार झाले होते. तेथे राणा कीर्तिसिंह राज्य करीत होता. महोबा ही त्याची राजधानी होती. गोंडवन जिंकून आपल्या राज्याचा विस्तार करण्यास तो टपून बसला होता. कीर्तिसिंहाला दुर्गावती नावाची एक रूपवती आणि गुणवती कन्या होती.

गोंडवनावर राजा संग्रामशाह राज्य करीत होता. गोंडवनाचा सारा भाग घनदाट जंगलाचा आणि डोंगरकपारींचा असल्यामुळे सुरक्षिततेसाठी ठिकठिकाणी किल्ले बांधले होते. संग्रामशाह गादीवर आला, तेव्हा त्याच्या ताब्यात चारच किल्ले होते.

अल्पावकाशातच त्याने आणखी काही भिल्ल टोळ्यांना जिंकून, त्यांचे बावन्न किल्ले ताब्यात घेऊन, आपल्या राज्याची सीमा वाढवून ती बुंदेलखंडाला मिळविली.

संग्रामशाहला दलपत नावाचा एक पुत्र होता.

दलपत जसा देखणा तसा शूर, साहसी होता.

जंगलात शिकारीला जाऊन समोरासमोर वाघ-सिंहांसारख्या हिंस्त्र प्राण्यांची शिकार करून राजकुमाराच्या शौर्याची परीक्षा घेण्यात येत असे. एखादा तरी ढाण्या वाघ मारल्याशिवाय राजकुमाराला यौवराज्याभिषेक होत नसे.

युद्धशास्त्राचे सर्व शिक्षण संपल्यावर राजा संग्रामशाह दलपतला म्हणाला,

"बेटा, तू वयात आला आहेस. तुझं युद्धकलेचं शिक्षणही पूर्ण झालं आहे."

"होय पिताजी, आपल्या सेनाधिकाऱ्यांनी युद्धकलेत माझी उत्तम तयारी करून घेतली आहे."

"आता फक्त एकच कसोटी."

"कसोटी? ती कोणती?"

"बलदंड वाघाची शिकार!"

"पिताजी, मी तयार आहे."

"बेटा, शिकार म्हणजे झाडावर बसून करायची नव्हे!"

"मग कशी?"

"आमने-सामने एका बाणानं सावज उठवायचं, दुसऱ्या बाणानं त्याला लोळवायचं. अरे, अशी शिकार मी केली म्हणूनच मला गोंडवनाचं राज्य मिळालं."

"छान. मग पिताजी, आपण केव्हा निघायचं?"

"उद्या दुपारी सूर्य डोक्यावर आल्यानंतर."

पिता-पुत्र घोड्यावर स्वार झाले. दोघेही धनुष्यबाणाने सुसज्ज होते. सायंकाळपर्यंत हिंडून वाघाच्या जाळ्या कोठे कोठे आहेत ते पित्याने पुत्राला दाखविले. सायंकाळी एका ओढ्याकाठच्या प्रशस्त झाडाखाली ते आले. दोघांनी उपाहार केला. पोटभर पाणी पिऊन ते दोघे उठले. संग्रामशाह म्हणाला,

"दलपत, सुरेख चांदणं पडलं आहे. उठलेलं सावज तुला कळेल आणि दिसेलही. माझी केवळ सोबत असेल. सर्व कामगिरी तुलाच बजावायची आहे."

दलपतने काहीही उत्तर दिले नाही. वीरश्रीने नकळत त्याची छाती मात्र फुगली. ते काही अंतर चालून गेले. संग्रामशाह म्हणाला,

"ते पहा, समोरच्या जाळीतून टपोरे निळेभोर डोळे चमकत आहेत."

"होय पिताजी. ते सावज आहे आणि मी सावध आहे."

वाघ दबा धरून बसला होता. शिकार आपल्या कक्षेत येण्याची वाट न पाहता दलपत घोड्यावरून उतरला. दलपतचा घोडा घेऊन संग्रामशाह बाजूला झाला. दलपत दोन पावले पुढे गेला आणि त्याने भात्यातला बाण काढून अलगद वाघावर सोडला. बाण वाघाच्या नाकावर बसला. एक भयानक डरकाळी त्याने फोडली. तो चिडून जाळीबाहेर आला. दलपत तयारच होता. वाघ त्याच्यावर झडप घेणार इतक्यात वाघाच्या जबड्यात दलपतचा एक जबरदस्त बाण घुसला. वाघ आडवा झाला आणि तळमळू लागला. दलपतवर चाल करण्याचे विसरून जबड्यात घुसलेला बाण आपल्या पंजाने काढण्यासाठी तो धडपडू लागला. निम्मा बाण जबड्यातून बाहेर आला होता. बाहेरचा भाग उजव्या पंजाने आणि आतला भाग डाव्या पंजाने ओढण्याचा प्रयत्न वाघ करीत होता. घुसलेला बाण निघत नव्हता. जखम वाढत होती. कळा तीव्र होत होत्या. डरकाळ्यामागून डरकाळ्या वाघ फोडीत होता. सगळे जंगल हादरून जात होते. दलपत चार पावले पुढे सरकला. त्याने आणखी दोन बाण वाघाच्या छाताडावर सोडले. वाघ धडपडला, अखेर त्याची धडधड मंदावली आणि काही क्षणात तो गतप्राण झाला.

संग्रामशाह आणि दलपत परतले. संग्रामशाह म्हणाला,

"बेटा, कमाल केलीस! मला वाटत होतं, एवढा प्रचंड वाघ आपणा दोघांना परत जाऊ देतोय की नाही; पण तुझं शौर्य मोठं विलक्षण, त्याला तुलना नाही. खरोखर एखाद्या राजकन्येनं भाळून जाऊन तुला माळ घालावी, इतका मोठ्ठा तुझा हा पराक्रम आहे."

"पिताजी, एक विचारू?"

"बोल बेटा, बोल."

"शेजारच्या बुंदेलखंडाच्या राजाला एक रूपवती उपवर मुलगी आहे म्हणे. तिला अनेकांच्या मागण्या जात असल्याचं ऐकलं. आपण तिला माझ्यासाठी मागणी घालाल का?"

"बेटा, प्रकरण काहीसं अवघड आहे. ते खानदानी राजपूत; आपण गोंड म्हणजे भिल्ल; हीन कुळातले."

"पण बाबा, हे असं का? पराक्रमाला काही किंमत नाही का?"

"बेटा, सारं काही पराक्रमावरच अवलंबून असतं. आता बाबराचा नातू अकबर नुकताच दिल्लीवर राज्य करू लागला आहे. अरे, हे मोंगल म्हणजे मुसलमान.

आपल्यापेक्षाही हीन जातीचे; पण केवळ पराक्रमी म्हणून अनेक जातिवंत राजपूत स्वाभिमान सोडून त्यांच्याकडे नोकऱ्यांची भीक मागू लागले आहेत, आपल्या मुलीबाळी त्यांना देऊन त्यांचे मांडलीक होऊ लागले आहेत.''

''छे, छे! काय हा अध:पात!''

''पण बेटा, सारेच राजपूत काही स्वाभिमानशून्य नाहीत!''

''मग पिताजी, बुंदेलखंडाच्या राजाकडे माझ्याकरिता त्याच्या राजकन्येला मागणी घाला.''

''होय. तातडीनं खलिता रवाना करतो.''

गढमंडलाच्या दरबारात दलपतचा भव्य सन्मान करण्यात आला. भावी राजा म्हणून त्याचे नाव जाहीर करण्यात आले. नजराण्यांचे ढीग येऊन पडले. समारंभाच्या अखेरीस वयोवृद्ध माजी सेनापतींनी सुचविले,

''राजाजी, आता दलपतकरिता एक सुयोग्य वधू निवडण्याच्या उद्योगाला लागा.''

''तीही व्यवस्था करीत आहे.'' राजा संग्रामशाह गंभीर होऊन उत्तरला.

◆◆◆

बुंदेलखंडाच्या चंदेले राजपुतांच्या महोबा नगरीत राजवाड्याच्या दिशेने गर्दी लोटली होती. त्यात प्रतिष्ठित स्त्रिया, लहान थोर अधिकारी यांचा भरणा होता. राणा कीर्तिसिंहांची एकुलती एक लाडकी राजकुमारी दुर्गावती हिचा वाढदिवस होता. सुंदर आकर्षक पोशाखात गुणवती दुर्गावती आपल्या मातेसह राजवाड्यात उपस्थित झाली होती. श्रोत्यांनी गच्च भरलेल्या दरबारात कामकाजाला प्रारंभ झाला. राजकन्येला भेटी दिल्या गेल्या. प्रति आहेर दिले गेले. भेट समारंभ संपल्यावर राणा कीर्तिसिंह राजपंडितांना म्हणाले,

''पंडितजी, तुम्ही दुर्गावतीचे गुरू. तुमच्या शिष्येला आशीर्वाद द्या.''

राजपंडित आशीर्वाद देण्यासाठी उभे राहिले. ते म्हणाले,

''मी दुर्गाराणीला पुस्तकी विद्या देण्याचा प्रयत्न केला; परंतु माझ्याकडून तिने कौरवपांडवांचं युद्ध, रामरावणाचं युद्ध मोठ्या गोडीनं समजून घेतलं. त्याच वेळी मी राणाजींना सुचविलं होतं की, राजकन्येचा कल पुस्तकी विद्येकडे नाही, युद्धकलेकडे आहे. आज मी राणाजींना जाहीर धन्यवाद देतो की, त्यांनी ताबडतोब माझ्या सूचनेचा आदर

करून सेनापतींच्या करवी दुर्गाराणीला युद्धकलेत तरबेज केलं. तिला आशीर्वाद देण्याचा खरा अधिकार माझ्यापेक्षा सेनापतींचा आहे, तरीही मी या आशीर्वादाच्या रूपाने राणाजींना एवढंच सुचवितो की, त्यांनी त्यांच्या लाडक्या दुर्गाराणीसाठी वर शोधताना उच्चनीचतेचा फोल विचार न करता, अत्यंत पराक्रमी अशा नरश्रेष्ठालाच आपली मुलगी द्यावी.''

टाळ्यांचा कडकडाट झाला. राणा कीर्तिसिंहजींनी सेनापतींना पाचारण केले. सेनापती युद्धकलेत तरबेज होते; वक्तृत्वकलेत नव्हते. तरीही पुढे होऊन ते म्हणाले,

''मी मनापासून राजकुमारी दुर्गाराणीला भाला-बर्ची, तलवार तीरकमठा, घोडेस्वारी, हत्तीस्वारी, इत्यादीत निष्णात केले. सांगितल्यावाचून राहवत नाही म्हणून सांगतो की, एकदा दुर्गाराणीला मी हत्तीवर चढवलं आणि या वीरबालेनं हट्ट धरला आणि माहुताला उतरायला लावून हत्ती फिरवून एकटीनं तो हत्तीखान्यात आणला. ही कृती मोठी अचाट तर खरीच; पण आणखीन एक गोष्ट मला दिसून आली. 'युद्धकला शिकून तुम्ही काय करणार?' असं मी विचारलं असता दुर्गाराणी उत्तरली, 'रावणाला मारायचा मक्ता काही रामानंच घेतला नाही. सीता युद्धकलेत तरबेज असती तर रावण तिचं हरण करूच शकला नसता; दुष्ट कौरवांना पांडवांनी मारलं, द्रौपदी युद्धकलेत तरबेज असती तर पांडवांना

वनवासात जावं लागलं नसतं.' दुर्गाराणीला मी आशीर्वाद देतो आणि राजपंडितांच्या सूचनेला दुजोरा देतो की, एखाद्या शूर, स्वाभिमानी, स्वातंत्र्यप्रेमी राजकुमारालाच दुर्गाराणी द्यावी. ती आता उपवर झाली आहे. राणा कीर्तिसिंहजींनी तिच्या लग्नाच्या विचाराला शक्य तितक्या लवकर लागावं.''

देशोदेशींच्या, विशेषत: राजपूत राजकुमारांकरिता तिला मागण्या येऊ लागल्या, तसतसे राणाजी दुर्गाराणीच्या लग्नाचा विचार गांभीर्याने करू लागले.

असे काही दिवस निघून गेले. एके दिवशी एका भिल्ल जासुदाने एक खलिता राणाजींना आणून दिला. राणाजींनी खलिता फोडला आणि आपल्या मंत्र्यांच्या हाती देऊन त्याला वाचण्यास सांगितले.

भिल्ल जासूद आसनस्थ झाला. मंत्रीजी खलिता वाचू लागले.

जय कालीमाता,

राणाजींना संग्रामशाहचा सप्रेम दंडवत!

राणाजी, आपली सुकन्या आता उपवर झाली आहे. माझा एकमेव पुत्र दलपत याच्याकरिता मी तिला मागणी घालीत आहे. तुमची दुर्गावती जशी रूपवती आणि गुणवती आहे तसा माझा सुपुत्र दलपत शूर, बलदंड, उमदा आणि राजकारणपटू आहे. नुकताच मी त्याला राज्याभिषेक केला आहे. दलपत आणि दुर्गावती यांचा जोडा अत्यंत शोभून दिसेल. गोंडवन आणि बुंदेलखंड ही दोन्ही राज्यं कालांतरानं एक होऊन दिल्लीच्या बादशहाला टक्कर द्यायला समर्थ होतील आणि राणा सांगाच्या पराभवाचा सूड घेतील, असं मला वाटतंय.

– संग्रामशाह

मंत्रीजींनी खलिता वाचून संपविताच राणाजींच्या तळपायाची आग मस्तकाला गेली. राजा संग्रामशाहने आपला एवढा अपमान करण्याचे धाडस तरी कसे केले, असे त्याला वाटले. सर्व खलिता चिकाच्या पडद्याआडून दुर्गावती ऐकत होती. तिचे अंग मोहरून गेले.

दलपतच्या पराक्रमाच्या अनेक गोष्टी तिने आपल्या सखींच्या तोंडून ऐकल्या होत. दलपत तिच्या मनात घर करून बसला होता. आपले पिताजी या मागणीला मान्यता देतील का? त्यांनी मान्यता द्यावीच, असे दुर्गावतीला मनातून वाटले.

क्रोध आवरून त्या भिल्ल जासुदाला राणाजींनी एक दिवस ठेवून घेतले. दुसरे दिवशी गुप्तपणे उत्तराचा खलिता तयार करून राणाजींनी त्या भिल्लाबरोबर रवाना केला.

◆◆◆

महोबाला गेलेला जासूद अद्याप परत आला नाही, याची राजा संग्रामशाहला काळजी लागून राहिली. आपली मागणी राणा कीर्तिसिंह निश्चित फेटाळणार याची त्याला खात्री होती. परंतु आपल्या जासुदाच्या जिवाचे रागाच्या भरात त्याने काही बरे वाईट केले नसेल ना, अशी शंका त्याच्या मनाला चाटून गेली. त्याने सेनापती आणि सरदार यांना पाचारण केले. त्यांच्याशी विचारविनिमय सुरू केला.

जासूद सुखरूप परत येईल; पण राणा कीर्तिसिंह मागणी अमान्य करील यावर सगळ्यांचे एकमत झाले.

इतक्यात जासूदच हजर झाला, जासूदाने राजा संग्रामशाहला उत्तराचा खलिता सादर केला. तो खलिता एका सरदाराकडे देऊन राजाने त्याला वाचण्यास सांगितले. सरदार वाचू लागला.

जय एकलिंगजी,

आपला खलिता मिळाला. वास्तविक हे धाडस तुम्ही करायला नको होतं. तुम्हास ठाऊक आहे की, आम्ही उच्च सूर्यकुळातले क्षत्रिय राजपूत आहोत. तुमच्यासारख्यांच्या हीन कुळात आम्ही आमची मुलगी कशी देऊ. राजकुमार दलपतच्या शौर्याचे आपण वर्णन करिता, पण असे छपन्न राजपूत राजकुमार माझ्या दुर्गाराणीच्या पाणिग्रहणाला आसुसलेले आहेत, हे तुमच्या लक्षात यायला हवं होतं. रिवाज म्हणूनच आम्ही आपला खलिता स्वीकारला. अपमान मनात गिळला. मोठ्या औदार्यानं तुमच्या जासूदाला सुखरूप परत पाठवलं.

राजकुमार दलपतला आपल्या शौर्याची एवढी घमेंडच असेल, तर त्यानं स्वत: युद्ध करून दुर्गाराणीचं हरण करावं.

– राणा कीर्तिसिंह

खलित्याचे वाचन संपताच राजा संग्रामशाह अपमानाने क्रोधाविष्ट झाला. सर्व शक्तीनिशी महोबावर स्वारी करून दुर्गावतीचे हरण करावे, असे त्याला वाटले. इतक्यात राजकुमार दलपत तेथे हजर झाला. सर्व हकिगत समजताच तोही चिडला आणि म्हणाला,

''पिताजी, असं काय मोठंसं? त्या दुर्गावतीशी मला आता लग्नच करायचं नाही.''

''बेटा, खलिता पाठविण्यापूर्वी हा तुझा विचार ठीक होता; पण आता उशीर झाला आहे. आता इज्जतीचा प्रश्न निर्माण झाला आहे.''

''दलपत, आपण महोबावर स्वारी केली नाही तर डरपोक ठरू. राणा कीर्तिसिंहाचं आव्हान स्वीकारून महोबावर चालून जाणं ही एकच गोष्ट आता आपल्या हाती आहे.''

एक पोक्त सरदार पुढे येऊन म्हणाला,

''राजाजी, क्षमा करा. दलपत म्हणतो तेच योग्य आहे. कारण उच्च कुळातील राजपूत रमणीला मागणी घालण्याचा अधिकार नीतिधर्मानं आपणाला प्राप्त होत नाही.''

''म्हणून मी असंच म्हणतो,'' दलपत म्हणू लागला, ''युद्धाचा विचार काढून टाका

आणि युद्धच हवं असेल, तर चांगली तयारी करू या आणि बुंदेलखंड जिंकू या.''

सभा बरखास्त झाली. झाल्या प्रकारामुळे सगळ्यांनाच ती रात्र अस्वस्थतेची गेली.

दुसऱ्या दिवशी सकाळी एक राजपूत रमणी आपल्या एका गोंड सखीसह दलपतला भेटायला आली. ती म्हणाली,

''मी राजकुमारी दुर्गाराणीकडून आले आहे.''

''तुझ्याशी बोलण्याची माझी इच्छा नाही!''

''का बरं?''

''आमचा घोर अपमान केला आहे, राणा कीर्तिसिंहांनी!''

''पण दुर्गाराणीनं नव्हे ना?''

''म्हणजे?''

''राजकुमार, शांत चित्तानं व थोडं सबूरीनं ऐकून घ्या.'' गोंड सखी म्हणाली, ''शूर भिल्ल नेहमीच स्त्रियांना मोठ्या आदरानं वागवितात हे लक्षात घ्या.''

''मग कशासाठी आली आहेस तू? आमच्या जखमेवर मीठ चोळायला?''

''नव्हे, तुमच्या जखमेवर फुंकर घालायला.'' असे म्हणत त्या राजपूत रमणीने राजकुमारी दुर्गाराणीचे पत्र दलपतला दिले.

उत्सुकतेने दलपत पत्र वाचू लागला.

जय एकलिंगजी

प्राणप्रिय राजकुमार दलपत यांना,

माझ्या पिताजींनी तुमच्या खलित्याला पाठविलेल्या नकाराच्या उत्तरानं तुम्ही खूप रागवला असाल; पण ही दुर्गाराणी पराक्रमाची पुजारीण आहे, रूढींची नाही. तुमच्याशी विवाहबद्ध होण्यास मला आनंद वाटेल; नव्हे मी उत्सुक आहे. पण तुम्ही मला युद्धात जिंकून माझं हरण करणं अत्यंत आवश्यक आहे. आपण महोबावर सर्व शक्तीनिशी चाल करून यावे. विजयी झालात तर मी तुमची आहेच. दुर्दैवानं फासे उलटे पडले तर मी जोहार करीन. कारण तुमच्याशिवाय माझ्या हृदयात मी कुणालाही जागा दिली नाही.

– तुमचीच दुर्गाराणी

सन्मानपूर्वक मोठा नजराणा देऊन व स्वारीचे आश्वासन देऊन त्या राजपूत रमणीला सुरक्षितपणे परत पाठविण्यात आले.

दुपारच्या वेळी राजा संग्रामसिंहाच्या महालात त्यांना भेटायला दलपत गेला. राजाजी

सचिंत बसले होते. प्रश्न इभ्रतीचा होता. त्यांना युद्ध हवे होते; परिणामाची कदर नव्हती.

दलपत पुढे होऊन म्हणाला, ''पिताजी, क्षमा करा मला.''

''बेटा, क्षमा कशाची? तुला जे वाटलं ते तू बोललास. एका दृष्टीनं तुझे विचार ठीकच आहेत; पण प्रश्न येतो घराण्याच्या इभ्रतीचा.''

''होय पिताजी, घराण्याच्या परंपरेला अनुसरून तुम्ही घेतलेल्या निर्णयाप्रमाणे वागायचं मी ठरविलं आहे. लवकरात लवकर आपण महोबावर स्वारी करू या.''

थोडे दिवस तयारी करण्यात गेले आणि तो सोन्याचा दिवस उजाडला. दलपतबरोबर निवडक सेना राजा संग्रामसिंहने दिली. राणा कीर्तिसिंहाकडे दलपतचा जासूद गेला.

जासुदाने सांगितले,

''पाठीमागून वार करण्याची भिल्लांची पद्धती नाही. युद्धाला तयार रहा. दलपत आपल्या सैन्यासह दुर्गाराणीचं हरण करण्यासाठी येत आहे.''

महोबा नगरीत या बातमीने एकच हाहाकार उडाला. बुंदेलखंडात पसरलेली फौज एकत्रित करण्याला राणा कीर्तिसिंहाला उसंतही मिळाली नाही; पण लढण्यावाचून त्याला गत्यंतर नव्हते.

धिटाईने पुढे होऊन राजकुमारी वडिलांना म्हणाली,

''पिताजी, माझ्या लग्नाच्या निमित्तानं रक्ताचे पाट वहावेत, हे मला मान्य नाही. शरणागती पत्करा. नगरीचा दरवाजा उघडून दलपतचं शाही स्वागत करा.''

''पोरी, काय बरळते आहेस हे? राजपूत राजकन्येला हे तुझे विचार शोभून दिसत नाहीत.''

''नाहीतरी पिताजी, या युद्धात जय मिळेल असं तुम्हाला मनापासून वाटतं का? शिवाय-''

''बोल पोरी, अडखळलीस का?''

''मी दलपतला मनानं वरलं आहे. त्याला माझं हरण करू द्या. तो पराभूत झाला तर मी जोहार करायचं ठरविलं आहे.''

''पोरी, काय ठरवलंस? जसं एकलिंगजीच्या मनात असेल तसं होईल. आता युद्ध अटळ आहे.''

जेवढी फौज गोळा करता येईल तेवढी घेऊन राणा कीर्तिसिंह आपल्या आवडत्या हत्तीवर आरूढ झाला व नगरीबाहेर पडला. फारसे अंतर जावे लागलेच नाही. कारण समोरून चाल करून येणाऱ्या भिल्लांची फौज त्याला भिडली. खूप काटाकाटी आणि हाणामारी झाली. दोघांच्याही दृष्टिपथात विजय येईना; परंतु दलपतच्या सैन्याची युद्धनीती पाहून, युद्ध लांबविण्यात अर्थ नाही, असे समजून राणा कीर्तिसिंहाने आपला आघाडीचा हत्ती माघारी वळविला.

राणाजीचा हत्ती शत्रूला घाबरून पळाला असेल, असे वाटून राजपूत सैन्याचा धीर खचला. भिल्लांच्या प्राणघातक हल्ल्यापासून आपण बचावलो, असे वाटून त्यांनी समाधानाचा सुस्कारा सोडला आणि धन्याचे अनुकरण केले. राजपुतांचे बहुतेक सैन्य नगरीच्या दरवाजातून आत आल्यावर दरवाजा बंद करण्यात आला. थोड्याच अवधीत दलपतचे सैन्य येऊन दरवाज्यावर धडका मारू लागले. तटबंदीवरून राजपुतांचा काहीच प्रतिकार होत नव्हता. भिल्ल तटावर चढू लागले. इतक्यात दरवाजा उघडला गेला. शरणागतीचे पांढरे निशाण हाती घेऊन राणा कीर्तिसिंह दलपतच्या स्वागताला गेले. ते दलपतला म्हणाले,

''दलपत, युद्ध थांबलं आहे. राजकुमारी दुर्गाराणी आता तुझी आहे; कारण तू तिला जिंकलं आहेस.''

''राणाजी, मी आपला आभारी आहे. आपली दोन्ही घराणी आता एक झाली असं समजा. वाईट एकाच गोष्टीचं वाटतं-''

''ते कशाचं?''

''या युद्धात काही राजपूत मारले गेले.''

''तसे काही भिल्लही कामास आले नाहीत का? अरे, युद्ध म्हटलं की असं व्हायचंच. तरी राजकुमारी दुर्गाराणीची इच्छा लक्षात घेऊन फार मोठी हिंसा मी टाळली आहे. आता चार दिवस तू महोब्यास रहा. आमच्या आदरसत्काराचा स्वीकार कर.''

दलपतने आपली सारी फौज गढमंडलाला परत पाठवून दिली. आपण चार दिवसांनी

परत येत आहोत, असेही त्याने कळविले.

राणा कीर्तिसिंहाच्या खास करून दुर्गाराणीच्या आग्रहाखातर दुर्गाराणी आणि राजकुमार दलपतशाह यांचा महोबा नगरीत मोठ्या थाटामाटात विवाह संपन्न झाला.

सर्वांचा प्रेमपूर्वक निरोप घेऊन राजा दलपत दुर्गाराणीला आपली गृहलक्ष्मी करून गढमंडलाला परतला.

◆◆◆

सारे गढमंडल आनंदाने, उत्साहाने भरून गेले होते. गुढ्या-तोरणे उभारली होती. नववधू दुर्गाराणीला घेऊन दलपतशाह गढमंडलाच्या प्रवेशद्वारावर पोहोचताच त्या वधूवरांची प्रचंड मिरवणूक गोंड प्रजाजनांनी काढली. आपल्या नव्या राणीचे रूप पाहून प्रजा संतुष्ट झाली. चार दिवस समारंभ चालले होते. दुर्गाराणीने दलपतशाहबरोबर आपल्या साऱ्या राज्याचा दौरा काढला.

दुर्गाराणीच्या आग्रहावरून राज्यकारभाराच्या दृष्टीने मध्यवर्ती आणि अधिक सोयीची म्हणून गढमंडलाची राजधानी सिंगोरगढला हलविण्यात आली. दुर्गाराणीच्या मदतीने दलपतशाह मोठ्या चातुर्याने आणि कार्यक्षमतेने राज्यकारभार हाकत होता. नवी सैन्यभरती करण्यात आली. बुंदेल-खंडातल्या कुशल सेनानींकडून युद्धकलेचे सैनिकांना शिक्षण देण्यात आले.

दोन वर्षांतच दुर्गाराणीला पुत्ररत्न प्राप्त झाले. तिच्या आनंदाला पारावार उरला नाही. पुत्राचे नाव वीर नारायण ठेवण्यात आले. पोराने वडिलांपासून सावळा रंग, चाफेकळी नाक तर तेजस्वी डोळे, करारी मुद्रा आईपासून घेतली होती.

वीर नारायण चार वर्षांचा झाला. तो बुद्धिमान होता. दुर्गाराणीच्या खास देखरेखीखाली तो बलदंड बनत चालल्यामुळे त्याच्या खोड्यांना आणि हूडपणाला ऊत येत असे. त्याच्याविरुद्ध वाड्यातले नोकर तक्रारी करीत आणि दुर्गाराणी वीर नारायणाला दटावी. पण या साऱ्यात खऱ्या तक्रारींपेक्षा कौतुकाचाच भाग विशेष होता.

अशीच एकदा राजवाड्याच्या सज्जावर गप्पा मारीत असता दुर्गाराणी दलपतशाहला म्हणाली,

''आपण आपल्या वीर नारायणाला खूप मोठ्ठं करू!''

''होय. नुसतं मोठ्ठं नव्हे तर पराक्रमी. म्हणजे तो गुजराथमधून येणाऱ्या मुसलमानांच्या स्वाऱ्या परतवून लावील. भिल्ल आणि राजपुतांचे संघराज्य करून दिल्लीच्या बादशहाला

हुसकून लावील.''

इतक्या इच्छा बाळगणाऱ्या दलपतशाहला दृष्ट लागली. शेजारच्या भिल्ल टोळीने केलेला हल्ला परतविण्यासाठी दलपतशाह गेला. यशस्वी रीतीने त्याने हल्ला परतविला. पण त्या रात्री त्याचे अंग विलक्षण दुखून त्याला ताप भरला. त्याला राजवाड्यात आणण्यात आले. त्याच्यावर उपचार करण्यात आले. प्रयत्नांची पराकाष्ठा झाली. पण त्या आजारातून दलपत उठू शकला नाही.

दुर्गाराणीवर ऐन पंचविशीत वैधव्याची वेळ आली.

भिल्लांच्या रीतिरिवाजाप्रमाणे दुर्गाराणी सती गेली नाही. तिने सती जावे, म्हणून सांगण्याचे धाडसही कोणी केले नाही.

काही दिवसांनी सेनापती तिला भेटण्यासाठी आले. दुर्गाराणी म्हणाली,

''का येणं केलंत?''

''काही गोष्टींचा विचार आता आपण करायला हवा.''

''होय. लोकमत काय आहे?''

''त्याचा विचार आपण करू नये.''

''का बरं?''

''आपण सती जायला हवं होतं, असं लोकांना वाटतं.''

''मग सेनाधिकारी असं करा, ताबडतोब दरबार भरवा. आम्ही आमचा विचार लोकप्रतिनिधींपुढे मांडू. मग लोक जो निर्णय देतील तो आम्ही मान्य करू.''

दरबार भरविण्यात आला. राजकुमार वीर नारायणला बरोबर घेऊन दुर्गाराणी दरबारात आली. सर्वांनी उभे राहून तिचे स्वागत केले. सारे अस्वस्थ झाले. दुर्गाराणी बोलायला उठली. ती म्हणाली,

''प्रजाजनहो, गढमंडलावर बाका प्रसंग गुदरला आहे. माझ्या पतिदेवांना अकाली आणि आकस्मिक मृत्यू आला. त्यांच्यावर माझं किती प्रेम होतं हे आपण जाणताच. सती जाऊन त्यांच्याशी एकरूप होण्याची केवढी उत्कंठा मला लागून राहिली असेल, याची आपण कल्पना करावी, पण माझ्या पतिदेवांच्या रूपानं वीर नारायण आज आपल्यामध्ये आहे. त्याला उत्कृष्ट शिक्षण देऊन तो गादीवर बसेपर्यंत सती जाऊ नये,

असे माझे मत आहे. यावर आपण द्याल तो निर्णय मला मान्य आहे.''

दुर्गाराणीने सती जाऊ नये, असाच निर्णय प्रजाजनांनी घेतला.

वीर नारायणाच्या नावाने दुर्गाराणी गढमंडलाचा राज्यकारभार हाकू लागली. तिने लवकरच राज्याला शिस्त लावली, रस्ते बांधले, विहिरी खणल्या, पाणपोया घातल्या, लुटारूंचा आणि भुरट्या चोरांचा बंदोबस्त केला. प्रजा दुर्गाराणीला मनापासून दुवा देऊ लागली.

उत्तर सीमेवरच्या भिल्ल टोळ्यांनी 'एक बाई राज्य ती कसले करणार?' या समजुतीने गढमंडलावर हल्ले सुरू केले. गढमंडलाची संपन्नता त्यांच्या डोळ्यात सलत होती. दुर्गाराणीने स्वत: घोड्यावर स्वार होऊन सैन्याचे आधिपत्य केले. तिने भिल्ल टोळ्यांचा बंदोबस्त केला; इतकेच नव्हे तर त्यांचा पाठलाग करून, त्यांना शरण यायला लावून आपल्या राज्याची सीमा वाढविली.

नव्या भिल्ल टोळ्यांतून निवडक जवान तिने सैन्यात दाखल करून घेतले. त्यांना सैनिकी शिक्षण दिले. तिने गुप्तहेरांचे खाते सुरू केले. नव्या नव्या बातम्या गुप्तहेर तिला आणून देऊ लागले.

एके दिवशी दोन हेरांनी बातमी आणून दिली, की गुजराथचा मुस्लिम सुभेदार बाजबहाद्दर प्रचंड फौज घेऊन चाल करण्यास निघाला आहे. आपले वीस हजार निवडक पायदळ व हजार हत्ती यांच्या जोरावर बाजबहाद्दरला पुढे येऊ न देता दुर्गाराणीने त्याच्या हद्दीतच त्याचा निकाल लावला. या लढाईत दुर्गाराणी एक नवीन गोष्ट शिकली, की बाजबहाद्दरचे सैन्य अफाट आणि सुसज्जही आहे; तेव्हा मैदानावरची लढाई शक्यतो टाळायची. दुर्गाराणीने बाजबहाद्दरचा पराभव केला असला, तरी गुजराथ जिंकण्यासाठी ती पुढे गेली नाही. यामुळे वरचेवर एकदा नव्हे, दोनदा नव्हे, सात वेळा गढमंडलावर बाजबहाद्दराने स्वारी केली; पण शूर दुर्गाराणीने आपल्या कडव्या भिल्ल सैन्याच्या जोरावर त्याला सातही वेळा पराभूत करून त्याची जबरदस्त हानी केली.

पुन्हा गढमंडलावर स्वारी करण्याची दुर्बुद्धी बाजबहाद्दराला झाली नाही. उलट त्याच्या पराभवामुळे दुर्गाराणीच्या अतुल पराक्रमाची कीर्ती साऱ्या भारतभर पसरण्यास मदत झाली.

बाजबहाद्दरचा पुरेपूर बंदोबस्त केल्यानंतर एक नवीनच आपत्ती दुर्गाराणीपुढे येऊन उभी राहिली. खजिन्यावरचा अधिकारी येऊन तिला म्हणाला,

"राणीजी-"

"बोला, का आलात?"

"खजिना रिकामा झाला आहे. राज्यकारभार हाकायचा म्हणजे पैसा हवाच."

"मग आपलं काय मत आहे?"

"प्रजेवर कर बसवावा."

"तेवढ्यानं काम भागेल का?"

"नाही."

"मग पुढे काय करायचं?"

"गढमंडलातील सावकारांकडून कर्ज काढायचं."

"ते फेडायचं कसं?"

अधिकारी निरुत्तर झाला. सर्व सरदारांशी विचारविनिमय करण्याचे तिने ठरविले.

दरबार भरविण्यात आला. खजिना भरण्याबाबत अनेकांनी अनेक उपाय सुचविले. साऱ्यांचे विचार ऐकून घेऊन दुर्गाराणी म्हणाली,

"बंधूंनो, मी तुमचं बोलणं ऐकून घेतलं. त्याच्यावर विचार केला. रागावू नका. तुमचे उपाय तात्पुरते आहेत. माझा विचार मी आपणापुढे मांडते. आपणास ठाऊक आहे की, शेजारच्या सात-आठ भिल्ल टोळ्या आपल्याला त्रास देतात. सीमेवर लुटालूट करतात, प्रसंगी गरिबांचे खूनही पाडतात. आपण त्यांच्यावर स्वारी करू या. त्यांचे खजिने लुटू या. त्यांना जिंकू या. आपले राज्य वाढवू या. त्यांच्या प्रजेचं पुत्रवत पालन करू या."

दुर्गाराणीची कल्पना मोठ्या जयजयकाराच्या घोषणेत सर्वांनी मान्य केली.

बाजबहाद्दरच्या युद्धात दुर्गाराणी गुंतून राहिली असताना तिच्या अडचणींचा फायदा घेऊन आसपासच्या भिल्ल टोळ्यांनी गोंडवनाच्या सीमेवर सतत भुरटे हल्ले चालू ठेवले होते. लूटमार चालू ठेवली होती. रात्री अपरात्री ते अचानक येत. प्रतिकाराला दुर्गाराणीचे सुरक्षा सैनिक गेले, की भिल्ल पळून जात व दाट जंगलात अदृश्य होत.

आता दुर्गाराणीची सगळी फौज रिकामी झाली होती. वीस हजार सुसज्ज पायदळापैकी पाच हजार पायदळ कामास आले होते. नवी सैन्यभरती करून तिने ही उणीव भरून काढली. एक हजार हत्तींपैकी दोनशे हत्ती मारले गेले होते. तिने आपली माणसे पाठवून

काही हत्ती पकडून तर काही विकत घेऊन त्यांना शिक्षण देण्याचा सपाटा सुरू केला होता. तिने आपल्या एकूण सैन्याचे पाच भाग केले. पैकी एक भाग अंतर्गत व्यवस्थेसाठी ठेवला. ती कामगिरी राजकुमार वीर नारायणवर सोपविली. उरलेल्या सैन्याचे चार भाग एकाचवेळी निरनिराळ्या ठिकाणांहून भिल्लांच्या टोळ्यांवर तिने पाठविले. स्वतः घोड्यावर बसून ती या आपल्या सैन्य विभागांना व्यक्तिगत मार्गदर्शन देत होती.

या आकस्मिक हल्ल्यामुळे थोड्याशा प्रतिकारानंतर त्या सर्व भिल्ल टोळ्या शरण आल्या. त्यांनी आपली सर्व शस्त्रे व खजिना दुर्गाराणीच्या स्वाधीन केला. शरण आलेल्यांना दुर्गाराणीने अभयदान दिले. टोळीवाल्यांचा प्रदेश गोंडवनाला जोडण्यात आला. त्यांच्यातील निवडक सैनिकांना एकनिष्ठेची शपथ घ्यायला लावून आपल्या सैन्यात तिने सामील करून घेतले. अशा रीतीने तिने आपली वीस हजाराची सेना तीस हजारापर्यंत नेऊन पोहोचवली.

शरणागतांकडून मिळालेल्या हत्यारांत काही नव्या प्रकारच्या तलवारी, लांब धारदार भाले व काही बंदुकाही तिला मिळाल्या होत्या. या टोळीवाल्यांना हाताशी धरून, शस्त्रांचा व पैशाचा पुरवठा करून काही मुसलमान सरदारांनी गोंडवनावर कटकटी निर्माण केल्या होत्या. या परिस्थितीवरून दुर्गाराणीने मनाशी एक खूणगाठ बांधून ठेवली की, पुढे मागे आपल्या राज्याच्या संरक्षणासाठी आणि संवर्धनासाठी दिल्लीश्वराशीच निर्णायक लढा आपल्याला द्यावा लागेल. तिच्या मनात येई. 'हा झगडा निदान येत्या पाच वर्षांत तरी आपल्यावर लादला जाऊ नये. पाच वर्षांनी माझा वीर नारायण वीस वर्षांचा होईल. त्याला मी राज्याभिषेक करीन आणि दिल्लीश्वराशी त्याने दिलेला यशस्वी झगडा पाहण्याचं भाग्य मला मिळेल.'

दुर्गाराणीने सरहद्दीचा पुरेपूर बंदोबस्त करून दहा हजार फौज ठिकठिकाणी चौक्या बांधून सीमारक्षणासाठी ठेवली. उरलेल्या फौजेला नवे शिक्षण देण्याचा उपक्रम तिने सुरू केला. शिक्षण देण्यासाठी मेवाडातून तिने कुशल राजपूत सैनिक पगारावर कायम नोकरीला ठेवले.

तिने अंतर्गत सुधारणांमध्ये हात घालून प्रजेला सुख आणि स्वास्थ्य देण्याचा प्रयत्न केला. अकारण वाढलेली जंगले तिने तोडून टाकली, शेतीसाठी जमिनी रिकाम्या केल्या, नव्या नव्या वस्त्या उभारल्या, जोड रस्ते बांधले, पिण्याच्या पाण्यासाठी विहिरी खणल्या, नवे तलाव खोदले. तिची प्रजा तिला दुवा देऊ लागली.

प्रजा म्हणे, ''आमच्या गोंडवनाचे नशीब थोर म्हणून राजा दलपतशाहची पत्नी म्हणून दुर्गाराणीने आमच्या राज्यात प्रवेश केला.''

दुर्गाराणी पंधरा वर्षांच्या आपल्या वीर नारायणाला बरोबर घेऊन प्रजेच्या अडचणी समजून घेण्यासाठी घोड्यांवरून सतत फिरत असे. दुर्गाराणीला कालीमाता समजून प्रजाजन तिच्या चरणांवर आपले मस्तक ठेवीत असत.

अशाच एका नवीन वस्ती केलेल्या खेड्यावर दुर्गाराणी गेली असता, एका ग्रामस्थाने डोळ्यांत पाणी आणून तिच्याकडे तक्रार केली. तो म्हणाला,

"देवीजी घात झाला."

“काय झालं बाबाजी!”

“माझा एकुलता एक मुलगा शेताची राखण करीत असताना एका वाघानं पळवून नेला.”

“हे असं झालं कसं?”

“शेजारच्या जंगलातून एक लालचावलेला वाघ येतो आणि मिळेल ते घेऊन जातो.”

“आतापर्यंत त्यानं काय काय नेलं?”

“दोन बैल, एक म्हैस, एक घोडा.”

“मग याच्या आधीच ही गोष्ट तुम्ही आमच्या कानावर घालायला हवी होती.”

“क्षमा करा राणीजी, सुचलं नाही.”

“जाऊ द्या. आम्ही या वाघाचा पुरेपूर बंदोबस्त करू.”

वीर नारायणाला उद्देशून दुर्गाराणी म्हणाली,

“चला राजकुमार, तुम्ही अठरा वर्षांचे झालात म्हणजे तुम्हाला वाघाची शिकार करायची आहे. एक बलदंड वाघ मारूनच तुमचे वडील गादीवर बसले. आज ही वीरमाता दुर्गाराणी या दुष्ट वाघाला कसं समोरासमोर मारते, हे तुम्ही प्रत्यक्ष डोळ्यांनीच पहा.”

“माताजी, हा वाघ मारण्याची संधी आपण मला द्यावी.”

“नाही राजकुमार, अजून तीन वर्षं धीर धरा; आणि वाघ मारण्यासाठी तुमचा जन्म नाही, तर या देशात ठिकठिकाणी माजणाऱ्या नरव्याघ्रांना नेस्तनाबूतन

करण्यासाठी आहे.''

दुसऱ्या दिवशी वीर नारायणाला बरोबर घेऊन दुर्गाराणी जंगलात गेली. तिने काही हाके बरोबर घेतले होते. हाक्यांनी जाळीतला वाघ उठविला. हाके माघारी गेले. झाडाला घोडे बांधून झाडाच्या आडोशाने वीर नारायण पाहत होता.

दुर्गाराणीने वाघाला पाहिले; पण त्याआधीच वाघाने तिला पाहिले होते. धनुष्यातून बाण सुटण्याच्या आतच वाघाने तिच्यावर झडप घातली. चपळाईने आणि प्रसंगावधनाने दुर्गाराणीने ती झडप चुकविली. दोन पावले पुढे सरकून ती वाघाच्या मागच्या पायाजवळ आली. झडप चुकल्यामुळे चिडलेल्या वाघाने मागे वळून पाहिले. तेवढ्यात आपला बंदुकीचा नेम धरून दुर्गाराणी तयार होती. वाघ वळून तिच्या अंगावर झडप घेण्याच्या आतच तिच्या बंदुकीतून खाड् खाड् खाड् अशा तीन गोळ्या सुटल्या. वाघ घायाळ झाला. रक्तबंबाळ झाला. तो तडफडू लागला. त्याला उठता आले नाही. इतक्यात पुन्हा बंदुकीत तीन गोळ्या भरून दुर्गाराणी तयार झाली. आपल्या प्रजाजनांना त्रास दिल्याबद्दल चीड आली, म्हणून तिच्या बंदुकीतून पुन्हा तीन गोळ्या सुटल्या आणि वाघ नितांत शांत झाला.

आपल्या माताजींचा अचाट पराक्रम पाहून वीर नारायण दिङ्मूढ झाला. स्वतःच्या पराक्रमाचा त्याही वयात त्याला गर्व वाटत होता, तो नाहीसा झाला. माताजींना बिलगून वीर नारायण म्हणाला,

''खरोखर आम्ही धन्य आहोत की तुमच्यासारख्या वीर स्त्रीच्या पोटी आमचा जन्म झाला.''

वीर नारायणाची पाठ थोपटीत दुर्गाराणी म्हणाली,

''राजकुमार, भलती स्तुती करू नका. आमच्यापेक्षा किती तरी पटीनं तुमचे वडील शूर होते, म्हणून तर आम्ही साऱ्या राजपूत जातीला विरोध करून त्यांच्याशी लग्न केलं. ध्यानात धरा राजकुमार, तुम्हाला तुमच्या वडिलांच्यापेक्षाही पराक्रमी व्हायचंय.''

दुर्गाराणी खेड्यावर आली. ग्रामस्थांना तिने त्या प्रचंड वाघाचे कातडे काढून सिंगोरगढला पाठवून देण्याची आज्ञा केली. सिंगोरगढच्या सुखी प्रजेने दुर्गाराणीच्या जयजयकारात त्या वाघाच्या कातड्याची प्रचंड मिरवणूक काढली.

प्रजाजनांनी मोठ्या मेजवान्या घालून आनंदाने आपल्या राणीचे गुणगान करीत तो दिवस घालविला.

हुमायूनाच्या मृत्यूनंतर अल्पवयीन अकबरावर दिल्लीच्या तख्ताची जबाबदारी येऊन पडली. बाबराने मिळविलेले बरेचसे राज्य हुमायुनाने आपल्या भोंगळपणाने गमावले होते. अकबर गादीवर आला, तेव्हा दिल्लीचे साम्राज्य हे एक छोटेखानी विस्कळीत राज्यच उरले होते. अकबराला त्याचा मामा बैरामखान मदत करीत होता. अकबर मोठा धूर्त, चतुर आणि मुत्सद्दी होता. त्याने हळूहळू आपले राज्य वाढवायला सुरुवात केली. इतर देशी राज्यांमध्ये सतत चालणाऱ्या तंटेबखेड्यांचा त्याला पुरेपूर फायदा मिळत गेला. राजपूतांशी त्याने सौम्य धोरण स्वीकारले. त्यांच्याशी सोयरीकही केली. स्वत: अकबराने राजा मानसिंगाला सरदारकी देऊन त्याच्या बहिणीशी लग्न केले.

हळूहळू अकबराचे राज्य विस्तारू लागले. तो उदारमतवादी आणि कलाप्रेमी होता. तो राजकारणधुरंधर असून मोठ्या चौकस बुद्धीचा होता. त्याच्या हेरांचे जाळे दूरदूरवर पसरलेले होते. एकदा काही हेरांनी त्याला बातमी दिली, 'मध्य हिंदुस्थानातल्या विशाल गोंडवनात दुर्गाराणी या नावाची एक पराक्रमी स्त्री कार्यक्षमतेने राज्य करीत असून, तेथील प्रजा अकबर बादशहाच्या प्रजेपेक्षा सुखी आणि समाधानी आहे.'

या बातमीने शहेनशहा अकबराचे कुतूहल जागृत झाले. अशी ही वीर रमणी कोण आहे; तिला एकदा डोळ्यांनी पाहावे, तिचा सन्मान करावा, जमल्यास तिला मांडलिकत्व पत्करायला लावून तिचे राज्य तिलाच करू द्यावे, अशी तीव्र इच्छा त्याच्या मनात निर्माण झाली.

एके दिवशी दरबार भरला असताना दरबारवासीयांपुढे अकबराने हा विषय मांडला. एक सुभेदार म्हणाला,

"खाविंद, उगाच कशाला त्या बाईच्या वाट्याला जाता?"

"का बरं?"

"करू द्या राज्य बिचारीला. राज्यविस्तार करायला आपल्याला या हिंदुस्थानात भूमी थोडी का आहे? अफगाणपासून आसामपर्यंत हव्या तेवढ्या स्वाऱ्या करायला आपण मोकळे आहात!"

"नाही. ही एवढी शूर राणी कोण आहे, ती डोळ्यांनी पाहण्याची आमची इच्छा आहे."

अकबराला कोणी विरोध केला नाही. या कामगिरीवर एका सुभेदाराची योजना करण्याचे त्याने ठरविले. दुसऱ्या एका सरदाराने अकबराला सुचविले की, तहाचा प्रस्ताव

पाठवून पाहा. संपर्क साधला तर बरे, नाही तर स्वारी करायचे हे ठरलेलेच आहे.

दुर्गाराणीच्या नावाने अकबराने एक नजराणा पाठवून दिला. मजल-दरमजल करीत जासूदाने तो नजराणा सिंगोरगढला आणून दरबारात दुर्गाराणीच्या पुढे हजर केला. नजराण्याची पेटी उघडण्याची आज्ञा दुर्गाराणीने आपल्या सेवकाला केली. सेवकाने पेटी उघडली. त्याच्यातून एक सुरेख चरखा निघाला. दुर्गाराणी अकबराच्या जासूदाला म्हणाली,

''याचा अर्थ काय?''

''राणीजी, मला यातलं काही माहिती नाही.''

''तुझ्या बादशहाला काय म्हणायचंय?''

''मला माहीत नाही.''

''त्याने सोबत खलिताबिलिता दिला आहे काय?''

''नाही, राणीजी.''

अकबराच्या नजराण्याचा अर्थ लावण्याचा प्रयत्न दुर्गाराणीच्या सरदारांनी केला. पण सुसंगत अर्थ कोणालाच लावता आला नाही. दुर्गाराणीने पृच्छा करताच साऱ्यांच्या माना खाली झाल्या. काहीशी गंभीर होऊन दुर्गाराणी म्हणाली,

''बादशहांच्या नजराण्याचा अर्थ आम्ही समजलो. बादशहा समजतात, की राजकाजाशी स्त्रीचा काय संबंध? तिनं चरखा घ्यावा आणि चार भिंतीच्या आत सूत कातीत बसावं.''

दुर्गाराणी अकबराच्या जासूदाला म्हणाली,

''आज अंमळ विश्रांती घ्या आणि उद्या आमचा प्रतिनजराणा घेऊन तुमच्या बादशहासमोर सादर करा.''

दरबार बरखास्त झाला.

दुर्गाराणीने अकबराच्या जासुदाकडे त्याच्या पेटीपेक्षा दुप्पट आकाराच्या पेटीतून आपला प्रतिनजराणा पाठविला. दुर्गाराणीच्या सैनिकांनी गोंडवनाच्या सीमेपर्यंत अकबराच्या जासूदाला सन्मानपूर्वक सोबत केली.

अकबराचा जासूद दुर्गाराणीचा प्रतिनजराणा घेऊन आग्र्यास पोहोचला. अकबराने मोठ्या उत्सुकतेने आणि कौतुकाने भर दरबारात तो नजराणा उघडला. त्यात एक कापूस पिंजण्यासाठी धनुकली आणि एक सोटा होता. अकबराने दरबारवासीयांना या भेटीचा अर्थ विचारला. सरळ अर्थ कोणालाच सांगता आला नाही. स्वतः अकबरही गोंधळून

गेला. त्याने चतुर बिरबलाकडे पाहिले. पुढे होऊन बिरबलाने बादशहाला नम्रतापूर्वक नमस्कार केला. बिरबल म्हणाला,

"खाविंद, अर्थ सुस्पष्ट आहे. कापूस पिंजून आपण पेळू केल्याशिवाय चरख्यावर सूत कसं कातायचं? तरी आपण कापूस पिंजून पेळू करावेत आणि ते दुर्गाराणीकडे पाठवावेत म्हणजे आपण पाठविलेल्या चरख्यावर ती सूत कातील, असा याचा अर्थ आहे."

अकबराची फजिती पाहून इच्छा नसतानासुद्धा दरबारवासीयांना हसू आवरले नाही. अकबर खजिल झाला आणि म्हणाला,

"दुर्गाराणी मोठी चतुर दिसते. तिचं राज्य आपण जिंकलं पाहिजे आणि तिला पकडून दरबारात हजर केलं पाहिजे."

लवकरच गोंडवनावर स्वारी करण्याकरिता एका शूर सरदाराची नेमणूक अकबराने केली. नेमणुकीचा हुकूम हाती पडताच तो बादशहाकडे आला. त्याचा सलाम स्वीकारून

अकबराने विचारले,

''बोला, सुभेदार, किती फौज हवी?''

''खाविंद, ही कामगिरी माझ्या हातून पार पडणार नाही.''

''डरपोक!'' बादशहाचा पारा चढला. ''लाज नाही वाटत?''

''खविंद, माफ करा, गुजराथच्या बाजबहाद्दरला सात वेळा जिनं खडे चारले, ती दुर्गाराणी आपण सामान्य समजू नका. तीस हजार खडी फौज आहे तिच्याजवळ. पाच हजार घोडेस्वार आणि हजार हत्ती आहे म्हणे ती बाळगून.''

''अरे, मग तू पन्नास हजार फौज घेऊन जा. दहा हजार घोडेस्वार देतो आणि पाचशे हत्ती घेऊन त्यावर बंदूकधारी बसव. काहीही कर; पण ही कामगिरी तू बजावली पाहिजेस. शिवाय लक्षात ठेव शक्यतो दुर्गाराणीला जीवे मारायचे नाही; तिला जिवंत पकडून आणायचे.''

''क्षमा करा, खाविंद'' मानेला दरदरून सुटलेला घाम पुशीत तो सरदार म्हणाला, ''ही कामगिरी पार पाडण्याला मी असमर्थ आहे.''

''कामगिरी तुझ्या हातून व्हायचीच नाही. जा. तुझी बदली मी काबूलच्या स्वारीवर केली आहे. या अल्लाह? अखेर माझा सेनापती आसफखान, हाच ही मोलाची कामगिरी पार पाडेल.''

◆◆◆

खास कामावर दूरवर असलेल्या सेनापती आसफखानाला अकबराने बोलावून घेतले. आपला बेत त्याने त्याला समजावून सांगितला. आसफखान म्हणाला,

''खाविंद, आपल्या इच्छेसाठीच मी ही कामगिरी पत्करतो, फत्ते करतो आणि त्या जहाँबाज राणीला जीवे पकडून आपल्या दरबारात आपल्या चरणी हजर करतो.''

''शाब्बास! मला हीच उमेद होती. त्या बरकतखानावर ही छोटीशी कामगिरी सोपविणार होतो, पण डरपोकानं साफ इन्कार केला.''

''त्याचंही म्हणणं काही चुकीचं नव्हतं, खाविंद.''

''म्हणजे?''

''बाजबहाद्दरच्या फौजेत दुर्गाराणीच्या विरुद्ध तो मोठ्या शौर्यानं लढत होता, पण बाजबहाद्दरप्रमाणेच सात वेळा शेपटीला पाय लावून त्याला पळावं लागलं.''

"जाऊ द्या ते. बोल, मग तुला किती फौज हवी?"

"खाविंद, दुर्गाराणीजवळ तीस हजार फौज असल्याचं ऐकतो."

"मी तुला दुप्पट फौज देतो."

"तिच्याजवळ पाच हजार घोडेस्वार आहेत म्हणे."

"तू दहा हजार बरोबर घे."

"तिच्याजवळ शंभर हत्ती आहेत म्हणे."

"तू दोनशे घेऊन जा."

"खाविंद,' मान खाली घालून आसफखान बोलू लागला. "सहज विजय मिळवायचा आणि राणीला जिवे पकडायचे, तर निदान एक लाख फौज हवीच."

बादशहा अकबर मनातल्या मनात हसला. काहीसा कोड्यात पडला; पण शेवटी खजिन्यासह प्रचंड फौज देऊन सेनापती आसफखानला त्याने गोंडवनावर स्वारी करण्यास पाठविले.

आसफखानची फौज मजल दरमजल करीत वाट चालू लागली. आकाशातून टोळधाड

पुढे पुढे सरकत जावी, तशी भूमीवरून चालणारी ही मोगली सेना दिसत होती.

दुर्गाराणीला आसफखानाच्या स्वारीची बातमी तिच्या गुप्तहेरांनी आधीच येऊन सांगितली होती. ती अत्यंत अस्वस्थ झाली. अपेक्षित क्षण इतक्या लवकर येईल याची तिला कल्पना नव्हती. तिने ताबडतोब दरबार भरविला. ती म्हणाली,

"प्रचंड फौजेनिशी दिल्लीच्या बादशहाच्या वतीनं सेनापती आसफखान चाल करून येत आहे."

"राणीजी", एक मंत्री बोलले. "आसफखान म्हणजे बाजबहाद्दर नव्हे. आपण तह करावा."

"म्हणजे?"

"आपल्या फौजासुद्धा विस्कळीत झाल्या आहेत." सेनापती सांगू लागले. "त्या गोळा करायला अवधी लागेल. नव्या शस्त्रांची निर्मिती आणि खरेदी पुरी झालेली नाही."

"ते शक्य नाही." आपल्या भिवया चढवून राणी म्हणाली. "तह म्हणजे पारतंत्र्य आणि पारतंत्र्य म्हणजे सर्वनाश. स्वातंत्र्यासाठी प्रसंगी मी बलिदानाला तयार आहे.

फौजांना हुकूम सोडा. आणि त्यांना माझा संदेश सांगा, की आसफखानाच्या स्वारीचा प्रतिकार तुमची राणी दुर्गाराणी करीलच करील. साथ देणाऱ्यांना ती बरोबर घेईल, न देणाऱ्यांना ती बाजूला सारील आणि विरोध करणाऱ्यांना कापून काढून पुढे जाईल. तहाची भाषा शूर भिल्लांना शोभत नाही.''

आसफखानाच्या स्वारीचा ठावठिकाणा घेण्यासाठी दुर्गाराणीने गुप्तहेरांचे पथक पाठवून दिले. गोंडवनाच्या सीमेवरच्या नदीकाठी आसफखानाच्या फौजांनी तळ ठोकला होता. दोन दिवस झाले. त्याने तळ हलविला नाही, की काही कसली हालचालही केली नाही. मात्र एके दिवशी त्याचा जासूद एक खलिता घेऊन दुर्गाराणीकडे आला. दुर्गाराणीने तो खलिता वाचला.

'बादशहाशी वैर करणं यासारखा दुसरा मूर्खपणा नाही. आपण तह करावा. बादशहाचं मांडलिकत्व पत्करावं. आम्ही आपणास सन्मानपूर्वक बादशहाच्या दर्शनास नेऊ. बादशहा खूष होतील. गोंडवनाची आपली जहागीर आपणास ते परत देतीलच शिवाय आणखी प्रदेश ते बहाल करतील. मग आपण एक मोठ्या सुभेदार व्हाल.'

खलिता वाचून संपला. दुर्गाराणीच्या तळपायाची आग मस्तकाला गेली. तिने क्रोधाने दातओठ खाल्ले आणि ताबडतोब खलित्याला प्रत्युत्तर दिले.

'आपला खलिता पोहोचला. शतशः आभार आणि धन्यवाद. तहासाठीच आपण बादशहांच्या वतीने आला होतात तर एक लाख फौज, दहा हजार घोडस्वार आणि दोनशे हत्ती कशासाठी? याचा अर्थ तुमचं मन स्वच्छ नाही. ते कपटाने भरलेले आहे. असो. आम्हास तह करावयाचा नाही. स्वातंत्र्यासाठी आम्हाला फक्त युद्धाचीच भाषा कळते. पारतंत्र्यातल्या सुखापेक्षा स्वातंत्र्यातली दुःखं आम्ही आनंदानं भोगायला तयार असतो. आपण सुभेदारकीची भाषा बोलता, म्हणून आम्ही आपणास सुचवितो की आपण आपल्या फौजेनिशी आम्हास मिळावे. बादशहाचे आपण सेनापती आहात. आम्ही आपणास त्याहीपेक्षा मोठ्या मानाची जागा म्हणजे वजीरकी देऊ. वाटाघाटी संपल्या आहेत. यापुढे पुन्हा जासूद पाठविण्याची गरज नाही.'

खलिता घेऊन जासूद परत गेला. दुर्गाराणीच्या खलित्यातील बोचक भाषेने आसफखान खजिल झाला.

त्याने आगेकूच केले.

दुर्गाराणीने आपली फौज एकत्रित केली. संरक्षणाला राजधानीत निम्मी फौज ठेवली. बाकीची सीमेवर नेली. नवी भरती आणि नवे शिक्षण रात्रंदिवस सुरू ठेवले. आपल्या

मुलुखात तिला युद्ध नको होते. सीमेपलीकडील नदी जवळजवळ कोरडी पडलेली होती. नदीच्या पैलतीराला असलेल्या दोन डोंगरांच्या चिंचोळ्या दरीत तिने आपली फौज उभी केली. गोंडवनावर चाल करून येण्याचा उत्तरेकडील तो एकमेव मार्ग होता. दुर्गाराणीची फौज तेथे दबा धरून प्रतिकाराला सज्ज होऊन बसली.

उभयपक्षी मोक्याच्या जागा आणि टेहळणी झाल्यावर खिंडीच्या तोंडाशी आसफखानाने आपले सैन्य रेटले. घनघोर युद्धाला प्रारंभ झाला. आसफखानाच्या फौजेच्या मानाने दुर्गाराणीची फौज संख्येने कमी असली तरी गुणांनी श्रेष्ठ होती. ती कडवी

होती. शूर होती. देशप्रेमाने भारलेली होती. पहिल्या लढाईत दुर्गाराणीने यशस्वी प्रतिकार करून आसफखानास खिंडीपासून पलायन करायला लावले. एकास दहा या प्रमाणात त्याची फौज कामास आली.

आसफखानाने पुन्हा आपल्या फौजेची रचना केली आणि दुसरा हल्ला चढविला. त्यातही त्याला भयंकर हानी सोसून माघार घ्यावी लागली. आसफखानाला त्याचा एक सहकारी म्हणाला,

''खानसाहेब, ही लढाई आपण जिंकू शकणार नाही, आपण परत जाऊ या.''

''पण मी बादशहाला तोंड कसं दाखवू?''

''कशीतरी समजूत घालता येईल खाविंदांची!''

''छे, छे! खाविंद माझा शिरच्छेद करतील, नाही तर जिवंत मरणाच्या यातना भोगायला लागतात, अशा काबूलच्या स्वारीवर मला पाठवतील.''

''खानसाहेब, मला एक युक्ती सुचली आहे.''

''बोला.''

''आपण गुप्तहेरांमार्फत गोंडवनात फितुरीचा प्रयत्न करावा.''

''म्हणजे काय करायचं?''

''अशा कांड्या पिकवायच्या की, राणीचे खूप नुकसान झाले आहे. ती पराभूत होण्याच्या मार्गावर आहे. शरणागती पत्करण्याचा विचार ती करीत आहे आणि भरपूर पैसा पेरायचा की, आपण आपल्या कामात फत्ते झालोच म्हणून समजा.''

''ठीक आहे. मग ही कामगिरी तू पार पाड. हवा तेवढा पैसा नेण्यास तुला मी परवानगी देतो.''

''ठीक आहे, खानसाहेब. आपण मात्र आपल्या उघड प्रतिकारात काही खंड पडू देऊ नका.''

आसफखानने काही दिवस ढोंगी शांतता पाळली. पण राणीच्या हेरांकडून प्रचंड हल्ल्याच्या तयारीची बित्तंबातमी तिला समजत होती. तीही थकल्या सैनिकांना राजधानीकडे विश्रांतीला पाठवून राजधानीतील नव्या दमाची फौज आणून त्या दरीमध्ये डोळ्यांत तेल घालून दबा धरून बसली.

गुप्तहेर सतत बातम्या आणीत होते. फितुरीचा प्रयत्न होत आहे आणि काही लोक फितुर होऊन देशद्रोही बनल्याच्या बातम्या तिच्या कानावर आल्या. आघाडीवरून फितुरांना पकडून त्यांचा शिरच्छेद करण्याचे हुकूम ती सोडीत होती. या फितुऱ्यांत आघाडीवर लढणाऱ्या सैनिकांचे काही नातेवाईक होते. या युद्धाचा मानसिक ताण त्यांच्यावर पडत होता. मनातून त्यांना या गुंतागुंतीच्या परिस्थितीमुळे लढण्याचा कंटाळा आला होता; पण पराभव पत्करण्याची किंवा तह करण्याची सूचना करण्याचे धाडस त्यांना होत नव्हते.

अखेर आसफखानाने आपल्या तिसऱ्या निर्णायक प्रचंड हल्ल्याला प्रारंभ केला. दरीच्या तोंडाशी भयंकर खणाखणी, काटाकाटी, हाणामारी सुरू झाली. 'न भूतो न भविष्यति' असे हे युद्ध सुरू असतानाच अनपेक्षितरीत्या आकाशात ढग जमा होऊ

लागले. गडगडाट सुरू झाला आणि पावसाच्या सरीमागून सरी येऊ लागल्या. कोणीही माघार घेईना. पाऊस थांबला. युद्धाला अधिकच जोर चढला. वीरश्रीने लढणारा वीर नारायण जबरदस्त जखमी झाल्याची बातमी राणीला समजली. राणीला अपरिमित दु:ख झाले. मन घट्ट करून तिने ते गिळले. वीर नारायणाला सुरक्षित स्थळी हलविण्याच्या हुकमाचे निमित्त करून जवळजवळ आघाडीचे निम्मे सैन्य माघारी फिरले. राणीच्या लक्षात ही गोष्ट आल्यावाचून राहिली नाही. उरलेल्या दोन हजार सैनिकांनिशी प्रखर प्रतिकार तिने चालूच ठेवला. पण—

आज तिला दैवाची साथ नव्हती. शत्रूचा एक बाण सूं सूं करीत आला आणि तिच्या डोळ्यात घुसला. तिने तो उपसून बाहेर काढला. भळभळ रक्त वाहत होते, पण त्याची तिने तमा बाळगली नाही. पण दुर्दैवात भर म्हणूनच की काय, त्या बाणाचे टोक डोळ्यात अडकून राहिले होते. वाहती जखम आणि अडकलेल्या टोकाच्या असह्य वेदना याने राणी हैराण झाली. तरीही ती रणरागिणी पायउतार होऊन एका मोठ्या हत्तीवर आरूढ झाली. तिने तो हत्ती दरीच्या तोंडाशी आणला. हेतू हा की, आपली राणी शौर्याने लढत आहे, हे पाहून सैनिकांना वीरश्री चढावी; पण राणीचा हा डाव तिच्यावर उलटला. कारण ती ठळकपणे आसफखानाच्या दृष्टिक्षेपात आली. तिच्यावर बाणांचा वर्षाव सुरू झाला. राणीच्या मानेत एक बाण घुसला. तिला भोवळ आली. तिने अंबारीचा खांब पकडला. काही क्षणातच ती सावध झाली. तिने माहुताला सांगितले की, हत्ती माघारी फिरव. नदीपार करून आपल्या जंगली सरहद्दचा आपण आश्रय घेऊ आणि तेथून प्रतिकार करू. थोडे सैनिक उरले असले तरी झाडांच्या आडोशाने ते यशस्वी शरसंधान करतील आणि शत्रूला गोंडवनाच्या पवित्र भूमीवर पाऊल टाकू देणार नाहीत.

माहुताने आपल्या राणीचा हत्ती माघारी आणला. राणी पराभूत होऊन पळू लागली, असे केवळ मोगली सैन्यालाच वाटले असे नव्हे, तर तिच्या भिल्ल सैनिकांनाही वाटले. त्यांनीही माघार घेतली. जो तो जीव वाचवण्यासाठी सुरक्षिततेच्या जागा शोधण्यात गर्क झाला. हत्तीवरून माघारी जाणारी दुर्गाराणी आसफखानाला दिसली. तो त्वरेने काही घोडेस्वारांना बरोबर घेऊन राणीला जिवंत पकडण्यासाठी आगेकूच करू लागला. चाणाक्ष राणीच्या ध्यानात ही परिस्थिती यायला उशीर लागला नाही. कोसळलेल्या पावसाने नदीला पूर आला होता. पाणी प्रचंड गतीने वाहत होते. तिचा हत्ती पाण्यात पाऊल टाकण्यास तयार नव्हता; तोही इमानी बिचारा असंख्य बाणांच्या जखमांनी हैराण झाला होता. पण त्याने शेवटपर्यंत निष्ठा सोडली नाही. दुर्गाराणीने मागे वळून पाहिले.

आसफखान आणि त्याचे काही साथीदार घोडेस्वार आल्याचे तिला दिसले. तिने त्वेषभरी नजर त्यांच्यावर टाकली आणि कमरेची प्यारी कट्यार काढून आपल्या पवित्र देहाला अपवित्र शत्रूचा जिवंतपणी स्पर्श होऊ नये, म्हणून छाताडात सर्व शक्तीनिशी खुपसून घेतली.

रणरागिणी दुर्गाराणीला, एका पराक्रमी वीर राजपूत रमणीला शोभणारे वैभवशाली मरण आले.

आसफखान नजीक आला. दुर्गाराणीच्या मृतदेहाकडे पाहून त्याने आपला हात कपाळाला लावला. तो म्हणाला,

''हाय हाय! या शूर राणीला मनमानी फौज बरोबर घेऊनही मी जिवंत पकडू शकलो नाही. खळखळणारी ही भयानक नदी ओलांडून मी गोंडवनावर चालून जाऊही शकत नाही. बादशहांना या शूर राणीचे दर्शन घेण्याची उत्कट इच्छा होती. तीच जर आता जग सोडून गेली आहे, तर जंगलमय गोंडवनावर स्वारी करून तरी काय उपयोग! या मैदानी प्रदेशावर जर आमची एवढी हानी झाली, तर या जंगली गोंडवनाच्या बिकट प्रदेशातून आपण सहीसलामत दिल्लीला परत जाऊ शकू काय?''

आसफखानाने आपल्या सैनिकांसह राणीच्या मृतदेहाला आदराने वंदन केले आणि निराश होऊन तो माघारी फिरला.

◆◆◆